trường học - ښوونخۍ	2
du lịch - سفر	5
vận chuyển - ټرانسپورټ	8
thành phố - ښار	10
phong cảnh - منظره	14
khách sạn - ریستورانت	17
siêu thị - لوی پلورنخۍ	20
thức uống - څښاک	22
thức ăn - خواړه	23
nông trại - کرونده	27
nhà - کور	31
phòng khách - د اوسیدو خونه	33
bếp - پخلنخۍ	35
phòng tắm - حمام	38
phòng trẻ em - د ماشوم خونه	42
y phục - پوښاک	44
văn phòng - دفتر	49
kinh tế - اقتصاد	51
nghề nghiệp - مسلکونه	53
dụng cụ - لوازم	56
nhạc cụ - د میوزیک آلات	57
vườn bách thú - ژوبڼ	59
thể thao - ورزش	62
các hoạt động - فعالیتونه	63
gia đình - کورنۍ	67
cơ thể - بدن	68
bệnh viện - روغتون	72
cấp cứu - عاجل	76
trái đất - ځمکه	77
đồng hồ - ساعت	79
tuần lễ - اونۍ	80
năm - کال	81
hình dạng - شکلونه	83
màu sắc - رنګونه	84
đối lập - متضاد	85
con số - شمیري	88
các ngôn ngữ - ژبي	90
ai / cái gì / như thế nào - څوک/څه/څنګه	91
ở đâu - چیري	92

Impressum
Verlag: BABADADA GmbH, Nedderfeld 112 , 22529 Hamburg
Geschäftsführer / Verlagsleitung: Harald Hof
Druck: Books on Demand GmbH, In de Tarpen 42, 22848 Norderstedt

Imprint
Publisher: BABADADA GmbH, Nedderfeld 112 , 22529 Hamburg, Germany
Managing Director / Publishing direction: Harald Hof
Print: Books on Demand GmbH, In de Tarpen 42, 22848 Norderstedt, Germany

trường học

ښوونځی

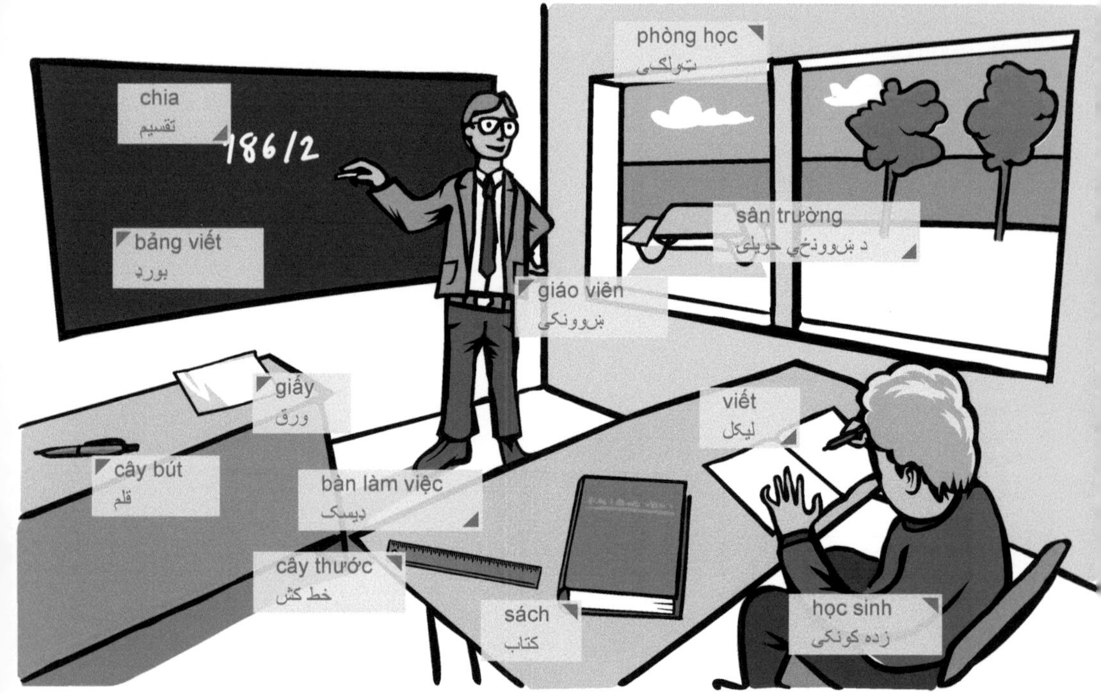

phòng học
ټولګی
chia
تقسیم
186/2
sân trường
د ښوونځي حویلی
bảng viết
بورډ
giáo viên
ښوونکی
giấy
ورق
viết
لیکل
cây bút
قلم
bàn làm việc
ډیسک
cây thước
خط کش
sách
کتاب
học sinh
زده کونکی

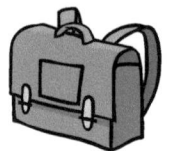

cặp đeo vai học sinh

کڅوړه

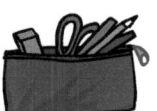

hộp đựng bút

د پنسل بکسه

bút chì

پنسل

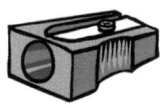

cái gọt bút chì

پنسل تراش

cục tẩy

ربړ

tập giấy vẽ

د رسامۍ پاڼه

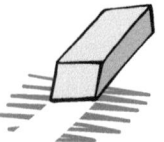

bản vẽ

رسامي

cọ vẽ

د نقاشی برس

hộp mực vẽ

د نقاشی بکس

cây kéo

قیچي

keo dán

سریش

sách bài tập

د تمرین کتاب

bài tập ở nhà

کورنی دنده

12

số

شمیر

2+2

cộng

جمع

5-2

trừ

منفي

2×2

nhân

ضرب

tính toán

حساب

A

chữ cái

توری

**ABCDEFG
HIJKLMN
OPQRSTU
VWXYZ**

bảng chữ cái

الفبا

hello

từ

کلمه

văn bản

متن

đọc

لوستل

phấn viết

تباشیر

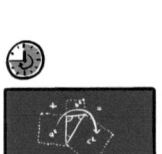

bài học

درس

sổ lớp

راجستر

thi kiểm tra

ازموینه

chứng chỉ

تصدیق پانّه

đồng phục học sinh

د ښوونځي یونیفارم

giáo dục

تعلیم

từ điển bách khoa

دایره المعارف

đại học

پوهنتون

kính hiển vi

مایکروسکوپ

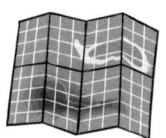

bản đồ

نقشه

thùng rác giấy

اشغالدانی

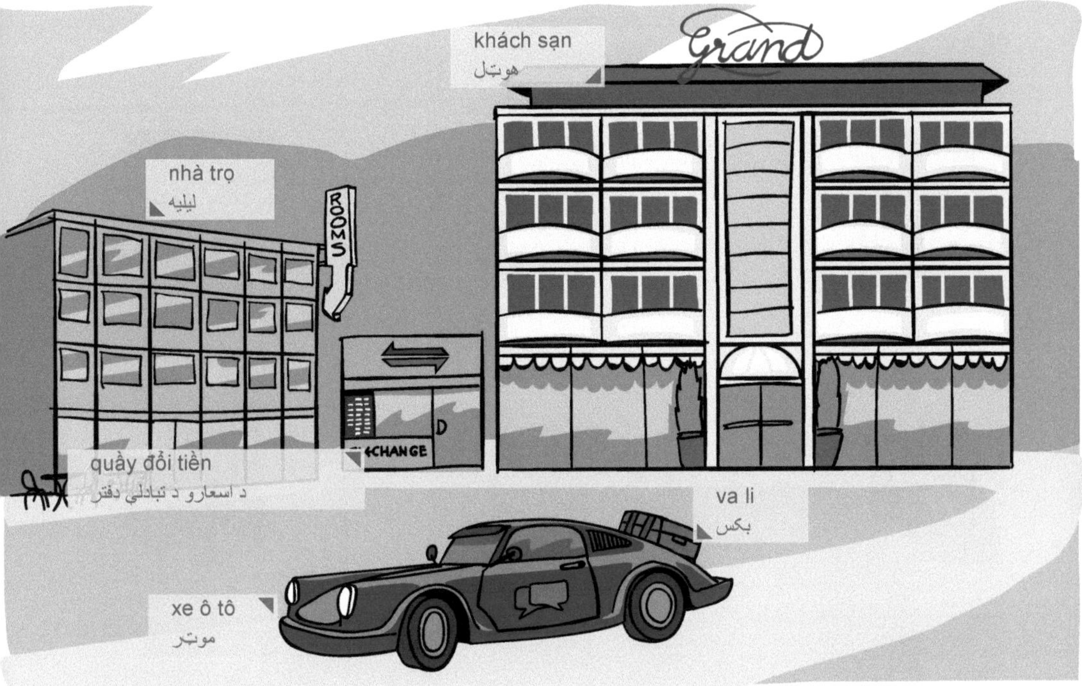
khách sạn
هوټل
Grand
nhà trọ
ليليه
ROOMS
quầy đổi tiền
د اسعارو د تبادلي دفتر
va li
بکس
xe ô tô
موټر

ngôn ngữ

ژبه

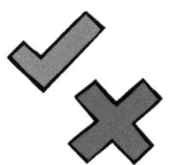

có / không

هو/نه

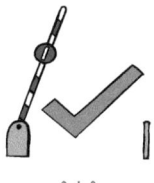

ô kê

سمه ده

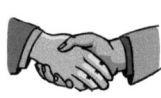

Xin chào

سلام

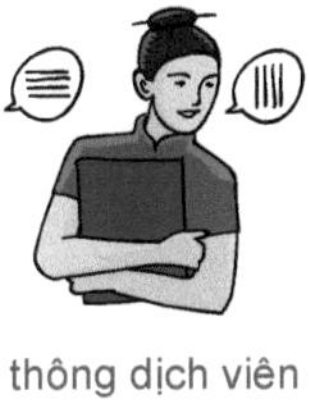

thông dịch viên

ژباړونکی

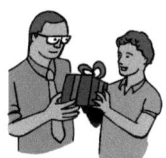

cám ơn

مننه

... bao nhiêu tiền?

څومره دي...؟

tôi không hiểu

زه نه پوهیږم

vấn đề

ستونزه

Xin chào! (buổi tối)

ماښام مو پخیر!

xin chào! (buổi sáng)

سهار په خیر!

chúc ngủ ngon!

شپه په خیر!

tạm biệt

په مخه مو ښه

hướng đi

لاربود

hành lý

سامان

túi xách

بیگ

túi ba lô

شاتنی بکس

khách

میلمه

phòng

خونه

túi ngủ

د خوب کڅوره

lều

خیمه

thông tin du lịch

د توریزم معلومات

bãi biển

ساحل

thẻ tín dụng

کریدیټ کارت

ăn sáng

ناری

ăn trưa

د غرمي خواړه

ăn tối

د شپی خواړه

vé xe

ټیکټ

thang máy

لفټ

tem bưu điện

مهر

biên giới

پوله

hải quan

ګمرک

đại sứ quán

سفارت

thị thực

ویزه

hộ chiếu

پاسپورټ

vận chuyển

ټرانسپورټ

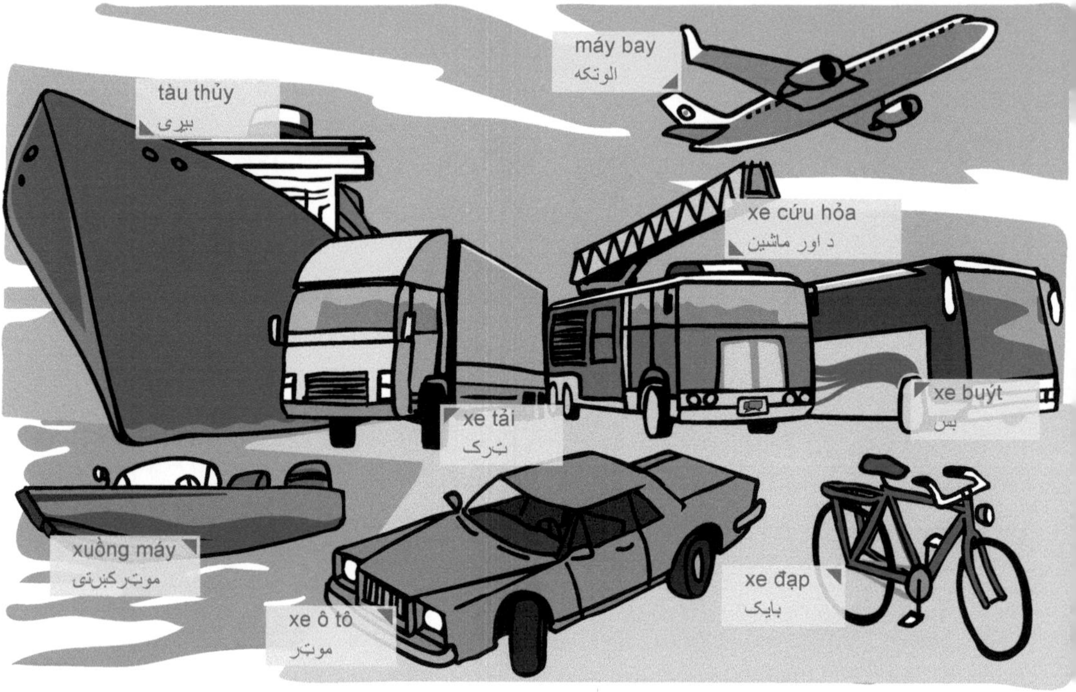
máy bay
الوتکه
tàu thủy
بیړی
xe cứu hỏa
د اور ماشین
xe buýt
بس
xe tải
ټرک
xuồng máy
موټرکښتۍ
xe ô tô
موټر
xe đạp
بایک

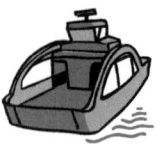

phà

کښتۍ

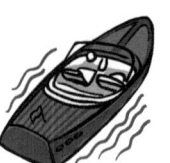

xuồng

کښتۍ

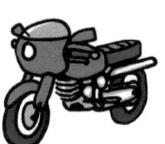

xe máy

موټرسایکل

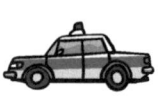

xe cảnh sát

د پولیسو موټر

xe đua

د ریس موټر

xe cho thuê

کرایی موټر

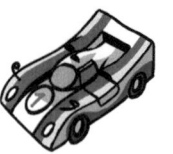

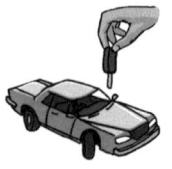

dịch vụ thuê xe tự lái

د كرايه موټري

xe kéo cứu hộ

جرثقيل لرونكى ټرک

xe rác

ريفيوز ټرک

động cơ

موټر

xăng

سونګ توكي

trạm xăng

پټرول سټیشن

biển báo giao thông

ترافيكي نښه

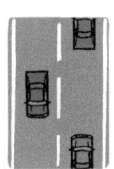

giao thông

ترافيک

ách tắc giao thông

جام ترافيک

bãi đậu xe

د موټرو ټمځای

nhà ga

د ريل سټیشن

đường ray

پاټکي

xe lửa

ريل

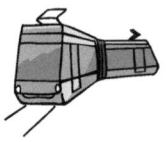

tàu điện

ټرام

toa xe

واګون

máy bay trực thăng

چورلکه

sân bay

هوايي ډگر

tháp

برج

hành khách

مسافر

côngtenơ

كانتينر

thùng các-tông

كارتون

xe đẩy

كارت

cái giỏ

ټوکری

cất cánh / hạ cánh

الوتنه کول/ښکیناستل

thành phố

ښار

làng

كلى

trung tâm thành phố

د ښار مرکز

nhà

كور

10   thành phố - ښار

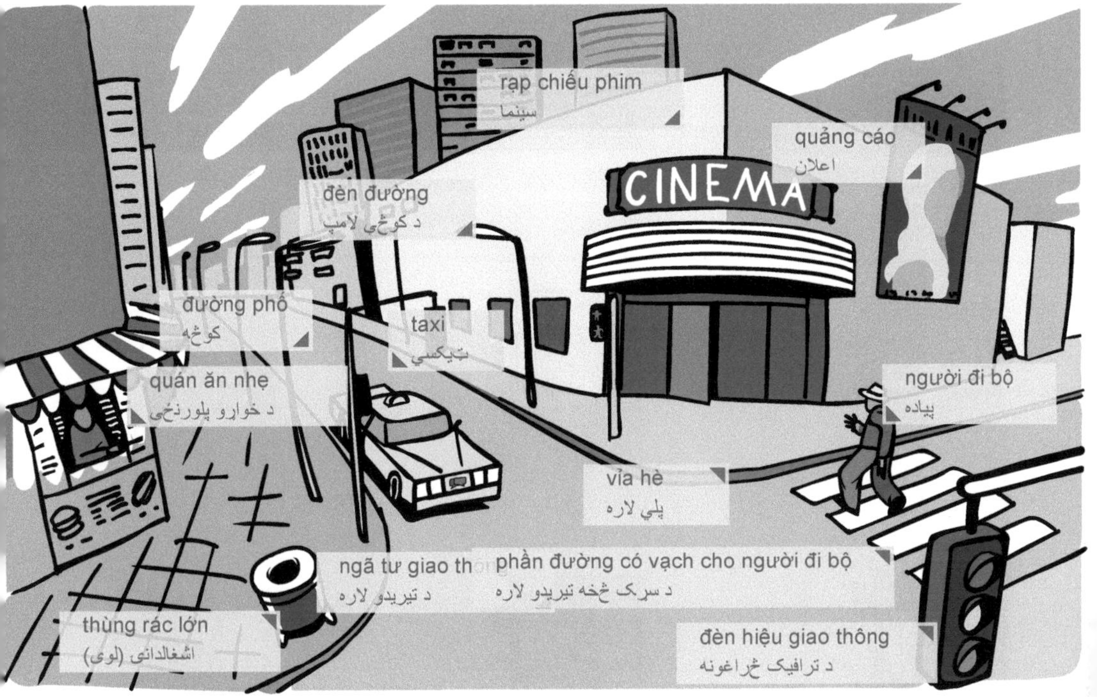

rạp chiếu phim
سينما

quảng cáo
اعلان

đèn đường
د کوڅې لامپ

CINEMA

đường phố
کوڅه

taxi
ټیکسي

quán ăn nhẹ
د خوراو پلورنځی

người đi bộ
پياده

vỉa hè
پلي لاره

ngã tư giao th...
د تيريدو لاره

phần đường có vạch cho người đi bộ
د سرک څخه تيريدو لاره

thùng rác lớn
اشغالدانی (لوی)

ngã tư giao thông
... لاره

đèn hiệu giao thông
د ترافيک څراغونه

nhà chòi
....
کودله

căn hộ
....
اپارتمان

nhà ga
....
د ریل ستیشن

tòa thị chính
....
ټاون هال

viện bảo tàng
....
میوزیم

trường học
....
ښوونځی

đại học

پوهنتون

ngân hàng

بانک

bệnh viện

روغتون

khách sạn

هوټل

hiệu thuốc

درملتون

văn phòng

دفتر

hiệu sách

کتاب پلورنځی

cửa hiệu

پلورنځی

cửa hiệu bán hoa

د ګلانو پلورنځی

siêu thị

لوی پلورنځی

chợ

مارکیټ

cửa hàng bách hóa

د دیپارټمنټ سټور

người bán cá

کب پلورنځی

trung tâm mua bán

د پلور مرکز

bến cảng

لنګرتون

công viên

پارک

ghế băng

بينچ

cầu

پل

cầu thang

زينه

tàu điện ngầm

د ځمکي لاندي

đường hầm

تونل

trạm xe buýt

بس تمځای

quán bar

بار

khách sạn

ريستورانت

hòm thư công cộng

پوست بکس

bảng hiệu đường

د کوڅي نښه

đồng hồ đậu xe

د پارک کولو میټر

vườn bách thú

ژوبڼ

bể bơi

د لامبو حوض

nhà thờ Hồi giáo

مسجد

nông trại

كرونده

ô nhiễm môi trường

ناپاكي

nghĩa trang

هدیره

nhà thờ

چرچ

sân chơi

د لوبو ډکر

ngôi đền

معبد/كليسا

phong cảnh

منظره

lá cây
پاڼه

bảng chỉ đường
د لارښوونی نښه

lối đi
لاره

bãi cỏ
چمن

hòn đá
كاڼی

người đi bộ đường dài
هيکر

cây
ونه

sông
سیند

cỏ
واښه

bông hoa
ګل

thung lũng

دره

đồi

غوندی

hồ nước

ناور

rừng

ځنګل

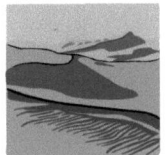

sa mạc

دښته

núi lửa

اورشيندی

lâu đài

کلا

cầu vồng

رنګين کمان

nấm

مرخيري

cây cọ

پلم ونه

con muỗi

ماشي

con ruồi

الوتل

con kiến

ميږی

con ong

مچی

con nhện

غوندل/جولا

bọ cánh cứng

گونگکت

con ếch

چونگکبه

con sóc

نولی

con nhím

زیریکی

con thỏ

سوی

con cú

گونگ

con chim

مرغی

thiên nga

قازه

heo rừng

نرخوک

con hươu

هوسی

nai sừng tấm

گاوزه

đê

بند

tuabin gió

بادي توربين

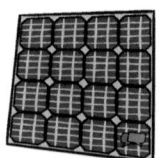

tấm năng lượng mặt trời

سولر تختي

khí hậu

اقلیم

bồi bàn — پیشخدمت

thực đơn — مینو

ghế — چوکی

súp — سوپ

bánh pizza — پیزا

bộ dao nĩa ăn — پنراخی، چاقو، کاشوغه

khăn trải bàn — د میز بتوبته

món ăn khai vị

ستارتر

món ăn chính

اصلي خواره

món tráng miệng

شیرني

thức uống

څښاک

thức ăn

خواره

cái chai

بوتل

thức ăn nhanh

فاسټ فوډ

thức ăn đường phố

د کوڅي خواره

ấm trà

چای جوش

hộp đường

قندانۍ

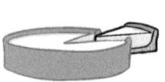

khẩu phần

برخه

máy pha espresso

اسپرسو مشین

ghế cao

لوړه چوکۍ

hóa đơn

رسید

khay

مجمه

dao

چاکو

nĩa

پنجه

thìa

قاشق

thìa uống trà

چای قاشق

khăn ăn

سورویت

cốc thủy tinh

ګلاس

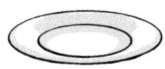

đĩa

پلیت

đĩa súp

د سوپ پلیت

đĩa lót cốc

نالبکی

nước sốt

ساس

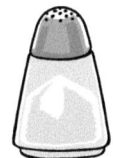

lọ muối

مالګه شیندونکی

cái xay tiêu

د مرچ ټکولو لوخی

giấm

سرکه

dầu

غوړي

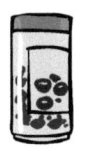

gia vị

مساله

nước xốt cà chua

کچ اپ

tương hạt cải

شۍشم

nước sốt mayonnaise

چکه

siêu thị

لوی پلورنځی

chào giá đặc biệt
ځانګړی وړاندیز
FOR
khách hàng
پیرودونکی
sản phẩm từ sữa
لبنیات
trái cây
میوه
xe đẩy mua sắm
لاسي ګړځ

BUTCHERS

lò mổ

قصابي

BAKERY

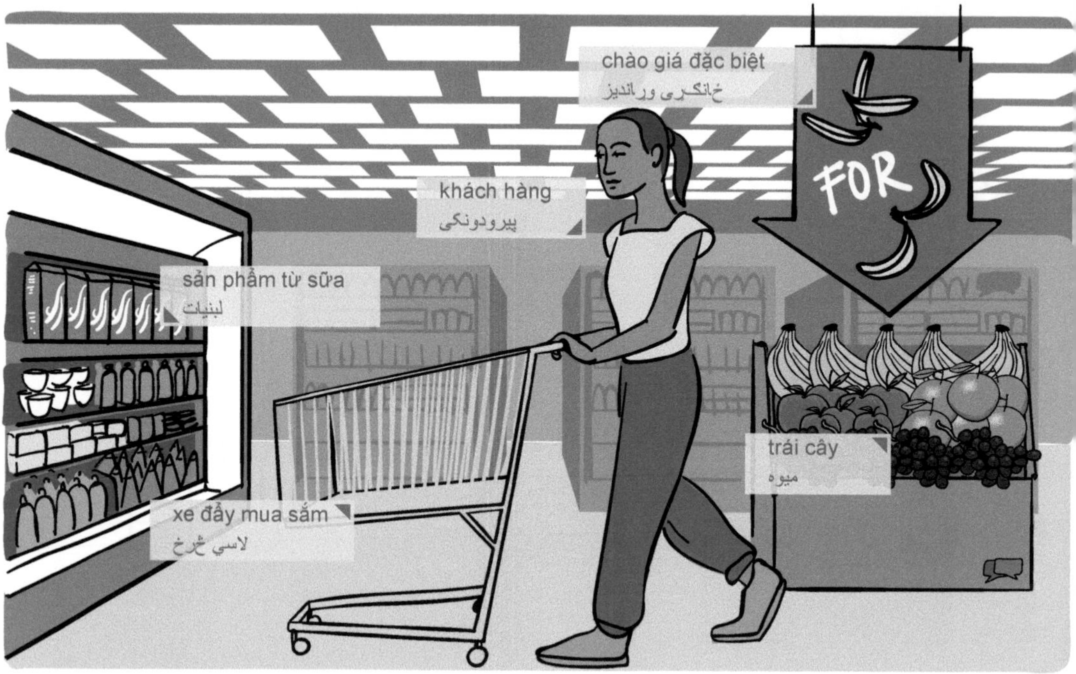

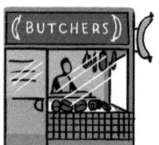

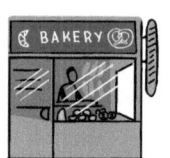

cửa hiệu bán bánh mì

نانوایی

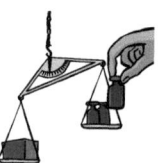

cân nặng

وزن کول

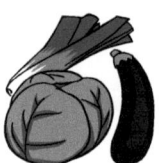

rau quả

سبزیجات

thịt

غوښه

thức ăn đông lạnh

کنګل خواړه

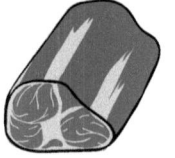

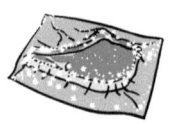

lát thịt nguội

يخه غوښه

đồ hộp

كنسروا خواړه

bột giặt

د مينځلو پوډر

đồ ngọt

شيريني

sản phẩm dùng trong gia đình

كورني توليدات

chất tẩy rửa

د پاكولو محصولات

người bán hàng

د پلور فرد

quầy trả tiền

د نغدي راجستر

nhân viên thu ngân

صراف

danh sách mua sắm

د پيرود ليست

giờ mở cửa

كاري ساعتونه

ví tiền

بټوه

thẻ tín dụng

كريډيټ كارت

túi đeo

كڅوړه

túi ny lông

پلاستيک كڅوړه

nước

اوبه

nước quả ép

جوس

sữa

شیده

coca-cola

کوک

rượu vang

واین

bia

بیر

cồn

الكول

cacao

ککاو

trà

چای

cà phê

كافي

espresso

أسپرسو

cappuccino

کپچینو

chuối

کیله

quả táo

مڼه

quả cam

نارنج

dưa hấu

هندوانه

chanh

لیمو

cà rốt

گازره

tỏi

هوږه

tre

بانس

củ hành

پیاز

nấm

مرخیړي

hạt dẻ

چغزی

mì

آش

mì spaghetti

سپیگټي

cơm

وریجي

xà lách

سلاد

khoai tây chiên

چپس

khoai tây chiên

سره کړي کچالو

bánh pizza

پیزا

bánh hamburger

همبرگر

bánh mì sandwich

ساندویچ

thịt côtlet

کتره

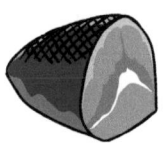

thịt giăm bông

د پتون غوښه

xúc xích

سلمي

dồi

ساسج

gà

چرگ

rán

روست

cá

کب

cháo yến mạch

د وربشي شيريني

cháo muesli

موسلي

bánh bột ngô nướng

د جوار پلی

bột mì

اوره

bánh sừng bò

کروسانت

bánh mì

د ډوډۍ رول

bánh mì

ډوډۍ

bánh mì nướng

ټوسټ

bánh bích quy

بسکیټ

bơ

کوچ

sữa đông

چکه

bánh ngọt

کیک

trứng

هګۍ

trứng rán

پېنسي هګۍ

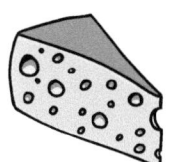

pho mát

پنیر

kem

آیس کریم

đường

بوره

mật ong

شهد

mứt

مربا

kem nougat

نوگات کریم

cà ri

کورکمان

nông trại

کرونده

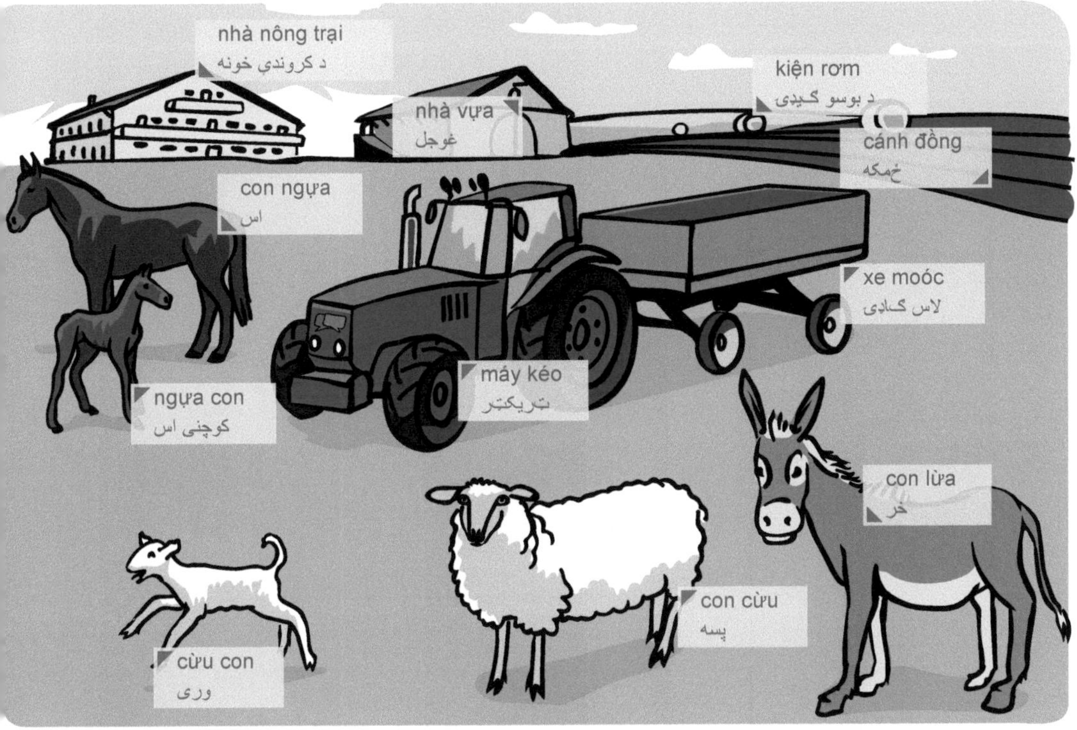

nhà nông trại
د کروندې خونه
nhà vựa
غوجل
kiện rơm
د بوسو ګېډۍ
cánh đồng
ځمکه
con ngựa
اس
xe moóc
لاس ګاډی
máy kéo
ټریکټر
ngựa con
کوچنی اس
con lừa
خر
con cừu
پسه
cừu con
وری

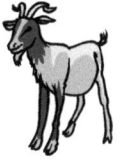

con dê

وزه

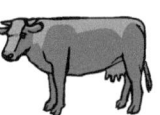

con bò

غوا

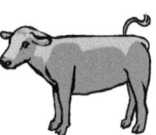

con bê

خوسکی

con lợn

خوګ

lợn con

د خوګ بچی

bò đực

غویی

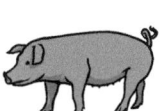

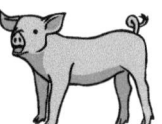

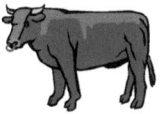

con ngỗng

بته

con vịt

هيلۍ

gà con

چرګوړی

gà mái

چرګه

gà trống

بانګي

con chuột

سارای موږک

mèo

پيشک

chuột nhắt

موږک

bò đực

غویی

con chó

سپی

nhà chuồng chó

د سپي خونه

ống tưới vườn cây

د باغ هوز

thùng tưới cây

د اوبو لوخی

lưỡi hái

لور (داس)

cái cày

یوی

cái liềm

لور

cái cuốc

رمبی

cái chĩa

ښاخی

cái rìu

تبر

xe cút kít

کراچی

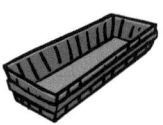

máng ăn

ناوه

lọ sữa

د شیدو لوخی

bao tải

جوال

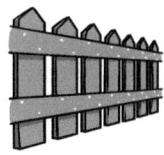

hàng rào

کتّاره

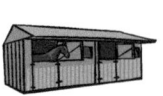

chuồng

مضبوط

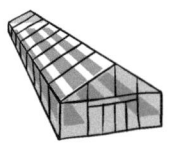

nhà kính trồng cây

شنه خونه

đất trồng

خاوره

hạt giống

تخم

phân bón

سره/کود

máy gặt đập liên hợp

گډ ریبونکی ماشین

thu hoạch

زیرمه کول

mùa thu hoạch

درمند

khoai lang

خوازه کچالو

lúa mì

غنم

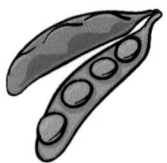

đậu nành

سویا

khoai tây

کچالو

ngô

جوار

hạt cải dầu

نباتی تخم

cây ăn trái

د ميوي ونه

sắn

مانیوک

ngũ cốc

غله

ống khói
درڅه

mái nhà
بام

ống máng mước mưa
ناودان

cửa sổ
کرکی

ga ra
ګراج

chuông cửa
د دروازي زنګ

cửa
دروازه

thùng rác
اشغالدانی

hòm thư
د لیک بکس

vườn
باغ

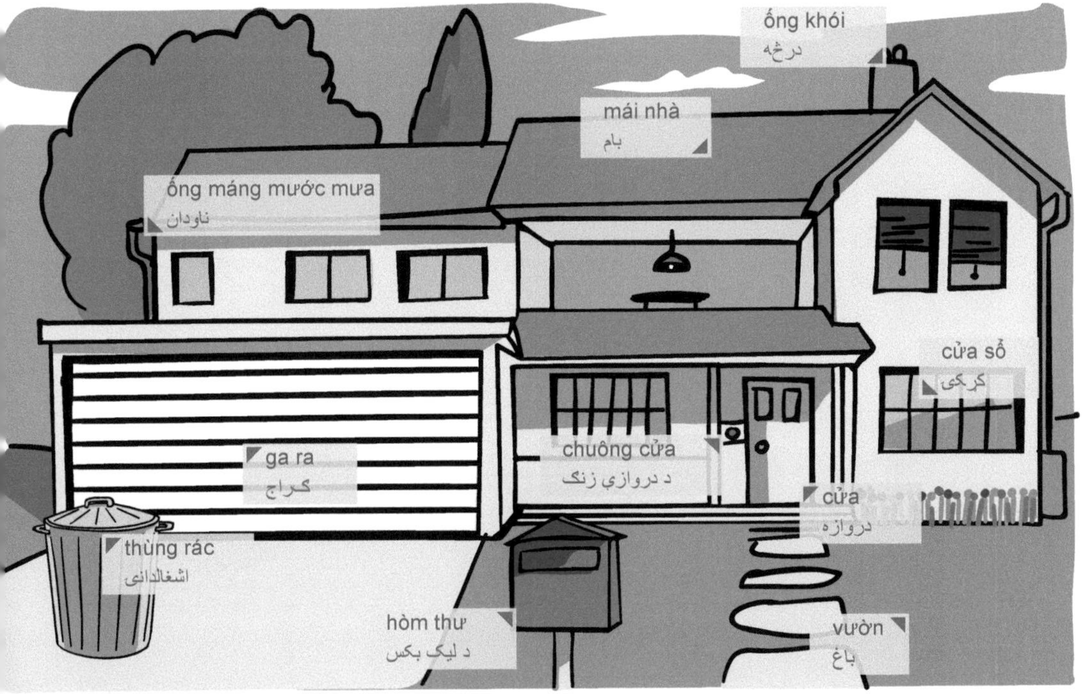

phòng khách

د اوسیدو خونه

phòng tắm

حمام

bếp

پخلنځی

phòng ngủ

د ویده کیدو خونه

phòng trẻ em

د ماشوم خونه

phòng ăn

د خوارو خونه

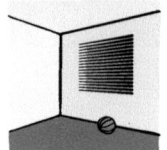

nền nhà

فرش

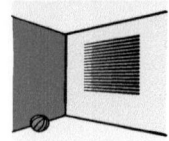

tường

دیوال

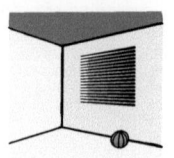

trần nhà

چت

tầng hầm

زیرخانه

tắm hơi

سونا

ban công

بالکونی

sân hiên

تراس

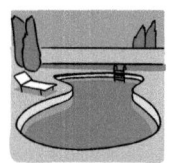

bể bơi

حوض

máy cắt cỏ

د چمن وهلو ماشین

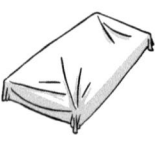

khăn trải giường

شیت

khăn trải giường

روجایی

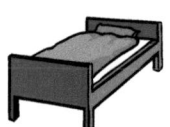

giường

تخت

chổi

جارو

cái xô

بوکه

công tắc điện

سویچ

giấy dán tường
والپيپر

hình ảnh
عکس

đèn
لامپ

cái kệ
شيلف

tủ
الماری

lò sưởi
نغرى

ti vi
تلويزيون

bông hoa
ګل

gối
بالښت

ghế sofa
صوفه

bình hoa
ګلدانی

điều khiển từ xa
ريموټ کنترول

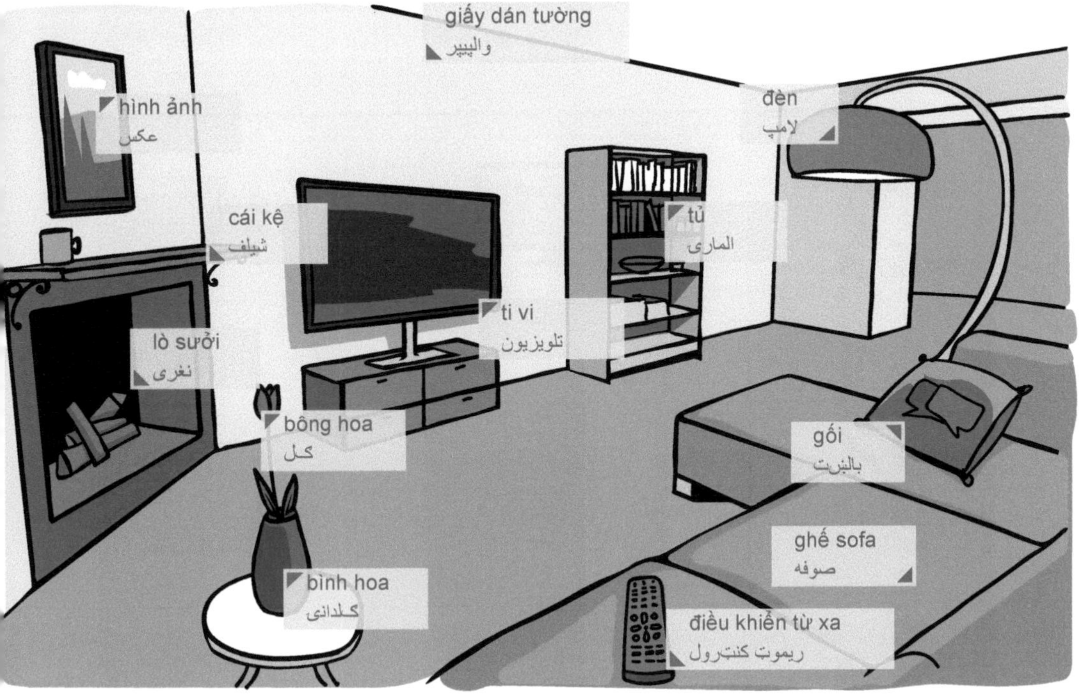

thảm
غالی

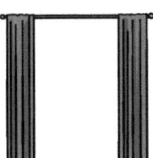

rèm
پرده

cái bàn
ميز

ghế
چوکی

ghế bập bênh
تاويدونکی چوکی

ghế bành
بازو لرونکی چوکی

sách

كتاب

cái chăn

كمپل

đồ trang trí

ديكوريشن

củi

د اور لرګي

phim

فلم

máy hi-fi

هايفاى

chìa khóa

كلي

báo

ورځپاڼه

bức tranh

نقاشي

áp phích

پوسټر

radio

راډيو

sổ ghi chép

كتابچه

máy hút bụi

واكيوم جارو

cây xương rồng

كاكتوس

cây nến

شمع

bếp
پخلنځی

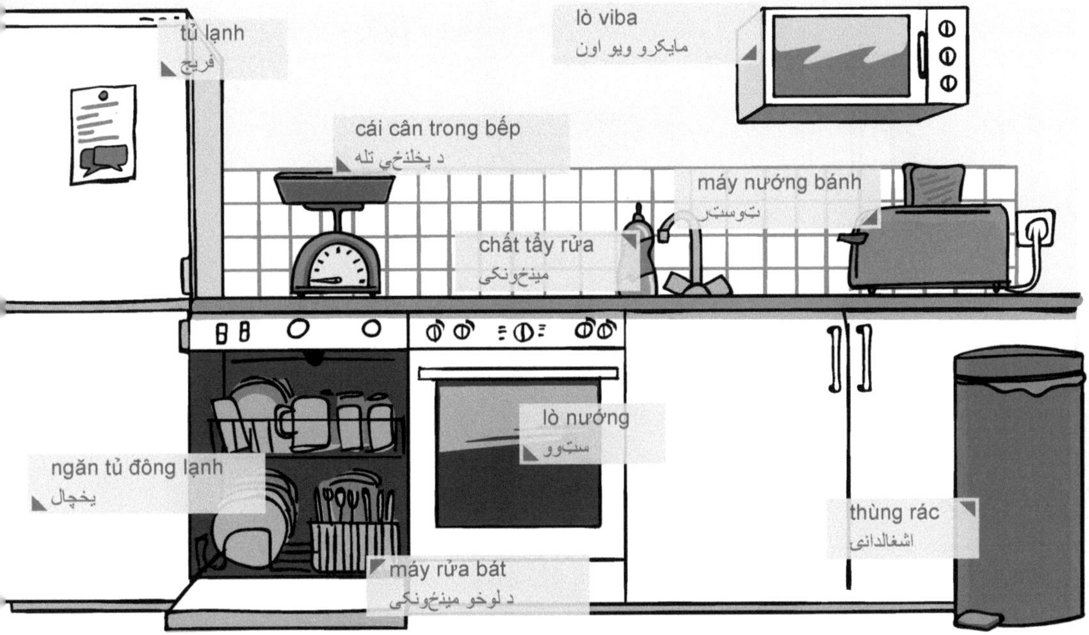

tủ lạnh
فریج
lò viba
مایکرو ویو اون
cái cân trong bếp
د پخلنځي تله
máy nướng bánh
ټوسټر
chất tẩy rửa
مینځونکی
lò nướng
سټوو
ngăn tủ đông lạnh
یخچال
thùng rác
اشغالدانی
máy rửa bát
د لوخو مینځونکی

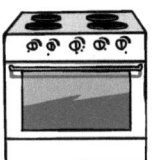

lò nấu

دیگ بخار

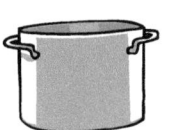

nồi

لوخی

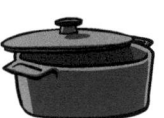

nồi sắt

چدني لوخی

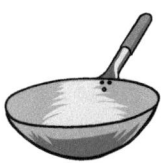

chảo

ووک

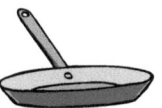

chảo

د تلي په

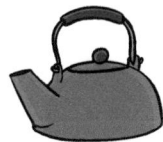

ấm đun nước

چای جوش

nồi đun hơi

د بخار ديگ

khay lò nướng

پتنوس

bát đĩa

لوخي

cốc

مگ

cái bát

كاسه

đũa

د رانيولو اوزار

cái vá

څمڅی

bàn xẻng

كفگير

que đánh kem

پاكونكی

rây dùng trong bếp

صافي

cái rây lọc

غلبيل

cái nạo

كريتر

vữa

اونگ

vỉ nướng

بار بي كيو

ngọn lửa trần

خلاص اور

cái thớt

تخته

trục cán bột

هوارونکی

cái mở nút chai

کارک سکریو

vỏ đồ hộp

ټېم

cái mở vỏ đồ hộp

د ټېم خلاصونکی

miếng nhấc nồi

د لوخي تویته

bồn rửa bát

ظرف شوی

bàn chải

برس

miếng xốp

سپنج

máy xay

بلیندر

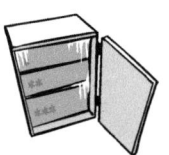

tủ đông lạnh

ژور یخچال

bình sữa cho trẻ sơ sinh

د ماشوم بوتل

vòi nước

نل

phòng tắm

حمام

lò sưởi
تودول
khăn lau
جان پاک
vòi hoa sen
شاور
rèm che ngăn tắm
د شاور پرده
tắm bọt
ببل حمام
bồn tắm
د حمام ټب
máy giặt
د مينځلو مشين
gạch lát
ټايلونه
cái bô
يو ډول كمود
vòi nước
نل
cốc thủy tinh
گلاس
bồn rửa bát
ظرف شوی

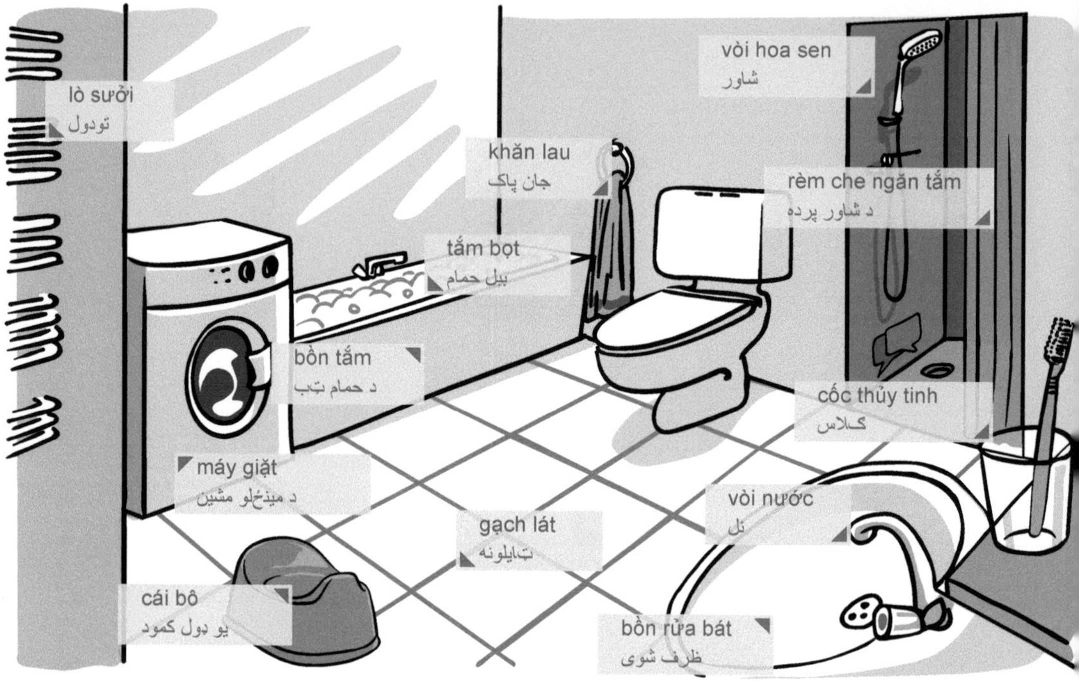

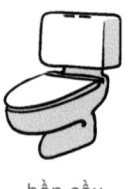

bồn cầu

تشناب

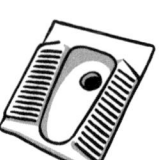

bồn cầu ngồi xổm

فرشي كمود

bồn rửa hậu môn

كمود

bồn tiểu tiện

د متيازو ځای

giấy vệ sinh

تشناب كاغذ

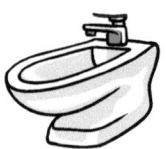

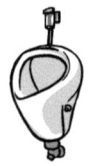

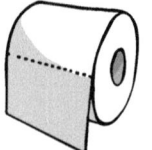

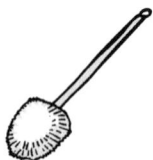

bàn chải cọ bồn cầu

د تشناب برس

bàn chải đánh răng

د غابنونو برس

kem đánh răng

د غابنونو کریم

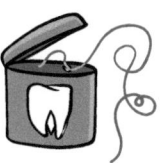

chỉ nha khoa

د غابنونو نخ

rửa

مینځل

vòi sen cầm tay

لاسي شاور

vòi rửa hậu môn

دوش

bồn rửa

خانک

bàn chải cọ lưng

د شا برس

xà phòng

صابون

sữa tắm

د شاور ژل

dầu gội

شامپو

khăn cọ để tắm

فلانل جامه

lỗ thoát nước

وچول

kem

کریم

chất khử mùi

سپری

gương

آینه

gương tay

لاسي آینه

dao cạo râu

ریزر

kem cạo râu

د خریلو فوم

nước thơm dùng sau khi cạo râu

د خریلو وروسته

cái lược

کمنځ

bàn chải

برس

máy xấy tóc

د ویښتانو وچونکی

keo xịt tóc

د ویښتانو سپری

đồ trang điểm

میک اپ

thỏi son môi

لیپ ستیک

sơn bôi móng

د نوکانو پالش

bông

کاتن وری

kéo cắt móng

ناخن گیر

nước hoa

عطر

túi đựng đồ tắm

د مينځلو کڅوړه

ghế đầu

سټول

cái cân

د وزن کولو تله

áo choàng tắm

د حمام پوښاک

găng tay làm vệ sinh

د ربر دستکش

nút gạc

تنامپون

băng vệ sinh

صحیی جان پاک

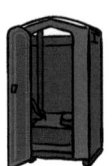

nhà vệ sinh hóa chất

کیمیکل تشناب

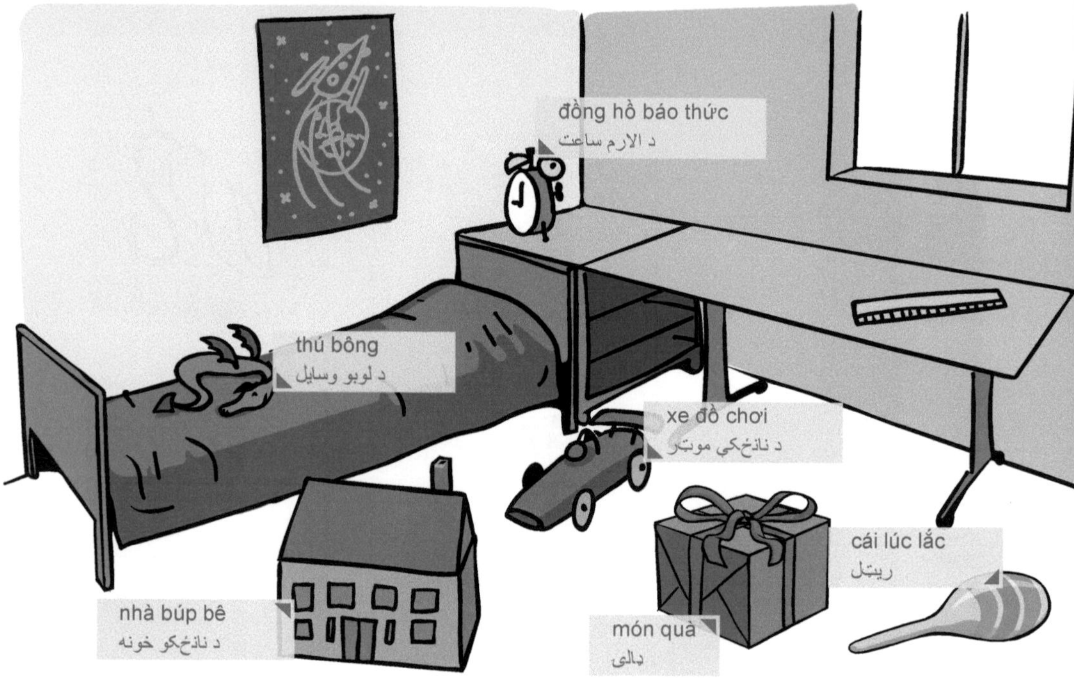

đồng hồ báo thức
د الارم ساعت

thú bông
د لوبو وسايل

xe đồ chơi
د ناڅخکي موټر

nhà búp bê
د ناڅخکو خونه

cái lúc lắc
ريتل

món quà
بالی

bong bóng

بالون

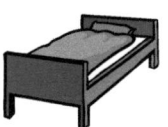

giường

تخت

xe nôi

کالسکه

trò chơi bài

د لوبو ورقي

trò chơi ghép hình

جيکسا

truyện tranh

مسخره

gạch Lego

ليگو بريک

khối xếp hình

د ناندخو بلاک

nhân vật hành động

د اكشن فيگور

áo liền quần cho trẻ sơ sinh

د ماشوم پوښاک

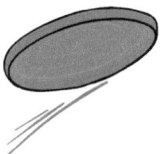

đĩa nhựa để ném

فريزبي

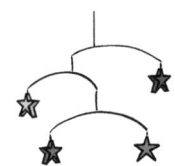

đồ chơi treo trên giường

موبايل

trò chơi cờ bàn

بورډ لوبه

xúc xắc

تاس

đồ chơi xe lửa mô hình

ماډل ريل سيت

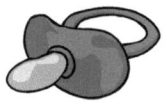

ti giả

ګونګشی

buổi tiệc

پارتي

sách tranh

د عكسونو البوم

quả bóng

بال

búp bê

ناندخکه

chơi

لوبیدل

hố cát

د شکو کنده

cái đu

سوینگ

đồ chơi

ناز خکي

máy chơi game cầm tay

د ویدیو لوبو کنسول

xe ba bánh

تسرای سایکل

gấu bông

کو ډبکه

tủ quần áo

د کالو الماری

y phục

پوښاک

bít tất

جرابي

bít tất dài

لوړي جرابي

quần tất

تسایتس

khăn choàng cổ
زروکی

ô che mưa
چتری

dây thắt lưng
کمربند

áp phông
تي شرت

ủng
بوتان

dép đi trong nhà
سلیپر

giày sneaker
سنیکر

dép xăng đan
سیندل

giày
بوتان

ủng cao su
د ربر بوتان

quần lót
زیرنیکري

áo ngực
سینه بند

áo vest
واسکټ

áo ôm sát cơ thể

بادي

quần dài

پتلون

quần bò

جينز

váy

لمن

áo cánh

بلاوز

áo sơ mi

شرت

áo len chui đầu

بنيان

áo len

سويتر

áo blazer

بليزر

áo jacket

جاكت

áo khoác

كوت

áo mưa

د باران كوت

trang phục

پوښاک

áo váy

كالي

áo cưới

د واده پوښاک

bộ com lê

دريشي

áo ngủ

د شپې پوښاک

pijama

پاجامه

trang phục sari

ساري

khăn trùm đầu

لوپته

khăn đội đầu

پټکی

áo burka

برقه

áo captan

كفتن

áo aba

عبا

quần áo bơi

د لامبو پوښاک

quần bơi

نيكر

quần đùi

شارت

quần áo tracksuit

د خُغاستي پوښاک

tạp dề

پيش بند

găng tay

دستكش

cái cúc

بتـن

kính mắt

عینک

vòng đeo tay

لاس بند

vòng cổ

غاره کی

nhẫn

ګوتمه

hoa tai

غوږوالی

mũ lưỡi trai

خولی

cái mắc treo áo quần

کوت بند

mũ

خولی

cà vạt

نتایی

dây kéo phéc mơ tuya

جنجیر

mũ bảo hiểm

هیلمیت

dây đeo quần

ترونکی

đồng phục học sinh

د ښروونځي یونیفارم

đồng phục

یونیفارم

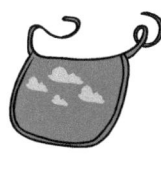

yếm trẻ em

بيب

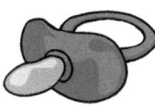

ti giả

ګونګشی

tã lót

نيپي

văn phòng

دفتر

máy chủ
سرور
tủ hồ sơ
د دوسيه الماری
máy in
پرينټر
giấy
ورق
màn hình
مانيټور
chuột máy tính
ماوس
bàn làm việc
ډيسک
thư mục
فولډر
bàn phím
کي بورډ
ghế
چوکۍ
thùng rác giấy
اشغالدانی
máy tính
کمپيوټر

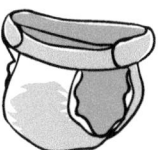

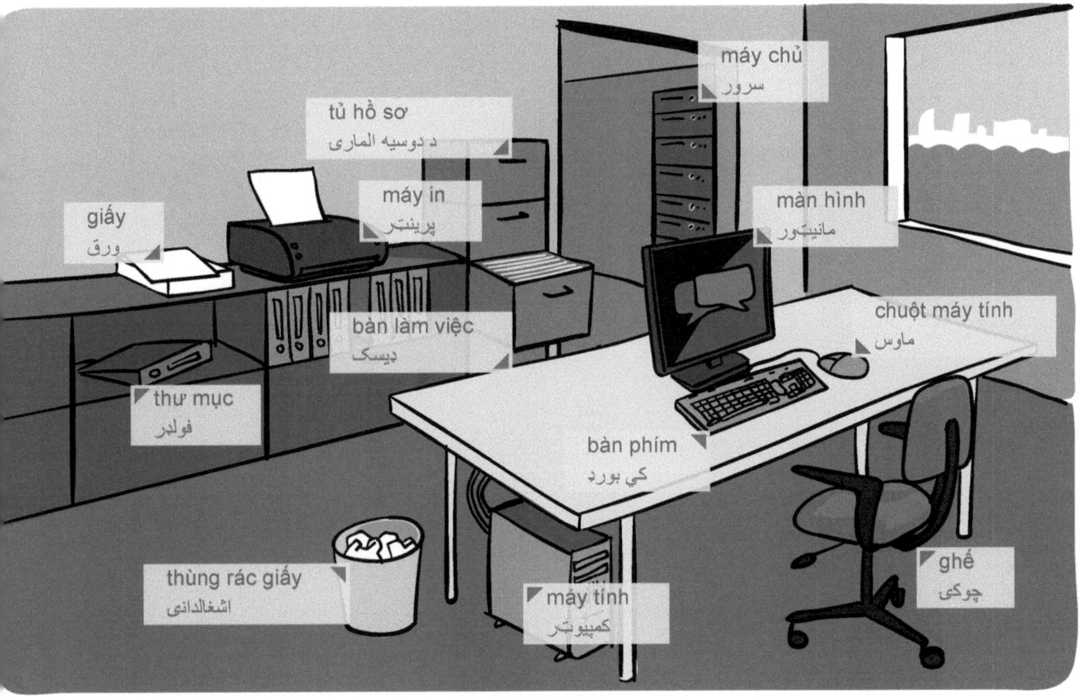

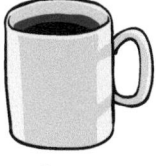

cốc cà phê

د کافي پياله

máy tính bỏ túi

کالکوليټر

internet

انټرنيټ

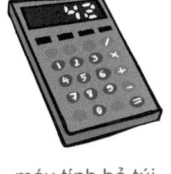

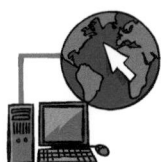

laptop

لپ ٹاپ

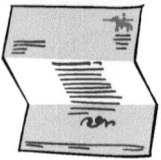

thư

لیک

tin nhắn

پیغام

điện thoại di động

موبایل

mạng

نیتورک

máy photocopy

فوٹوکاپیر

phần mềm

سافٹویر

điện thoại

ٹیلیفون

ổ cắm điện

پلک ساکٹ

máy fax

فکس مشین

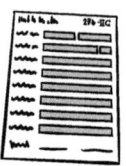

mẫu đơn

فارم

chứng từ

سند

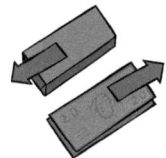

mua

پیرل

trả tiền

تادیه کول

buôn bán

سوداگري کول

tiền

پیسي

đô la

ډالر

Euro

یورو

yên

ین

rúp

ربل

franc Thụy Sĩ

سویسي فرانک

nhân dân tệ

رینمینبي یوان

rupi

روپۍ

máy rút tiền tự động

د نغدي پیسو ځای

quầy đổi tiền

د اسعارو د تبادلي دفتر

vàng

سره زر

bạc

سپین زر

dầu

تیل

năng lượng

انرژي

giá tiền

نرخ

hợp đồng

قرارداد

thuế

مالیه

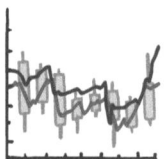

cổ phiếu

اسهام

làm việc

کار کول

nhân viên

کارمند

chủ lao động

کار ګومارونکی

nhà máy

فابریکه

cửa hiệu

پلورنځی

nghề nghiệp
مسلکونه

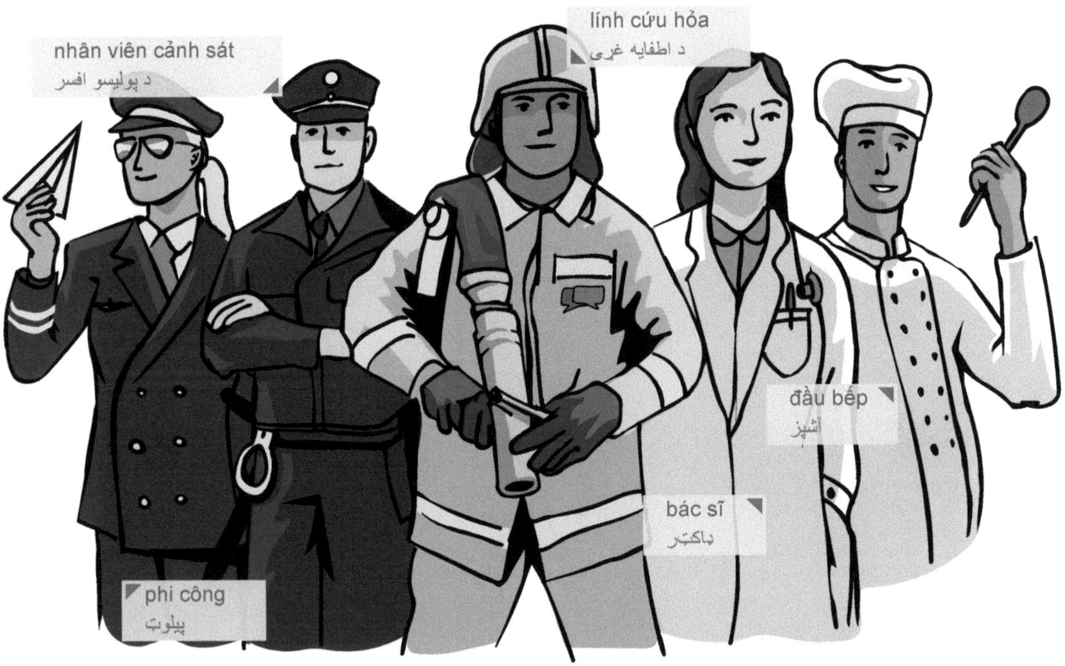
lính cứu hỏa
د اطفایه غړی
nhân viên cảnh sát
د پولیسو افسر
đầu bếp
آشپز
bác sĩ
ډاکټر
phi công
پیلوټ

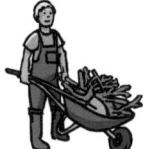

người làm vườn

باغوان

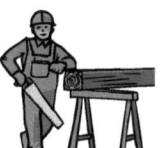

thợ mộc

نجار

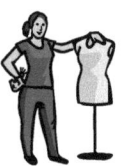

thợ may

خیاط

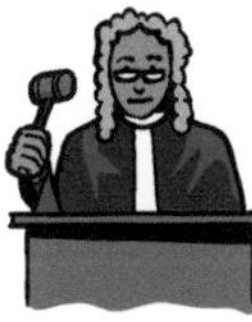

chánh án

قاضي

nhà hóa học

کیمیا پوه

diễn viên

د فلم لوبغاړی

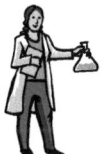

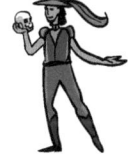

tài xế xe buýt

د بس ډرايور

người lái taxi

د ټيکسي ډرايور

ngư dân

کب نيونکی

người lau dọn vệ sinh

خدمه

thợ lợp mái nhà

بام جوړونکی

bồi bàn

پيشخدمت

thợ săn

ښکاري

họa sĩ

نقاش

thợ làm bánh

نانوا

thợ điện

د برښنا کارکونکی

thợ xây dựng

تعمير جوړونکی

kỹ sư

انجنير

người hàng thịt

قصاب

thợ sửa ống nước

نلدوان

người đưa thư

پوست رسونکی

người lính

سرتیری

kiến trúc sư

مهندس

nhân viên thu ngân

صراف

người bán hoa

مالیار

thợ cắt tóc

نایی

nhân viên soát vé

کلیندر

thợ cơ khí

میکانیک

thuyền trưởng

کپتان

nha sĩ

د غاښونو ډاکتر

nhà khoa học

ساینس پوه

giáo sĩ Do thái

ښاغلی

lãnh tụ Hồi giáo

امام

nhà sư

مذهبي نفر

mục sư

پادري

dụng cụ

لوازم

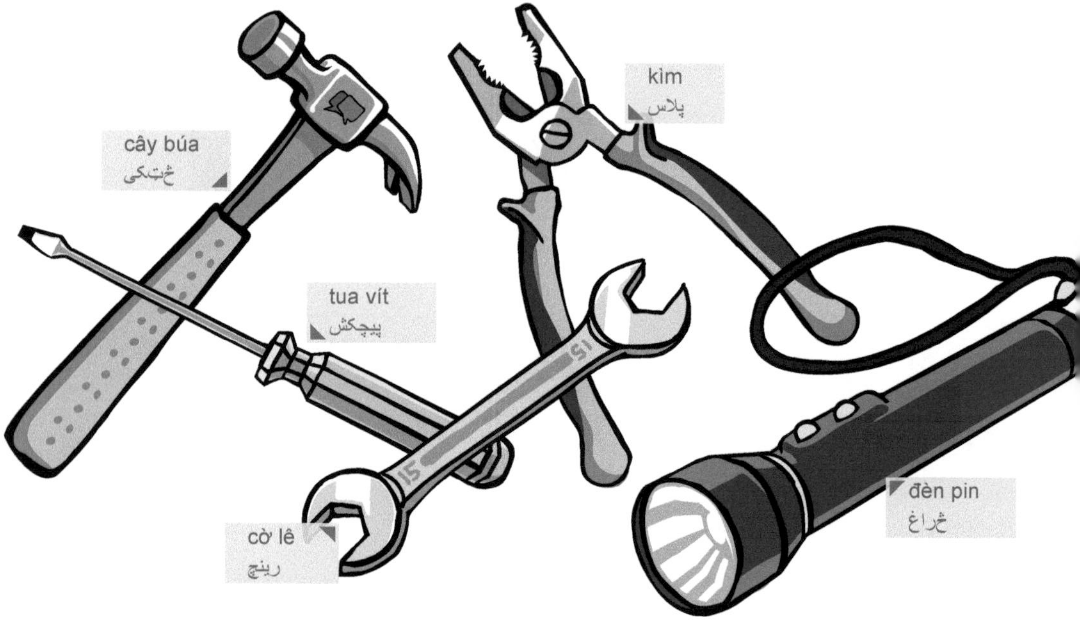
cây búa
څټکی
kìm
پلاس
tua vít
پیچکش
cờ lê
رینچ
đèn pin
څراغ

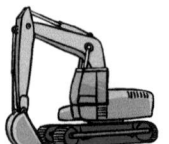

máy xúc đất

کنستونکی

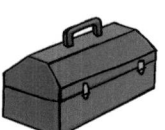

hộp dụng cụ

د لوازمو بکس

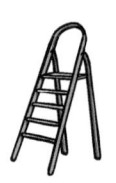

cái thang

زینه

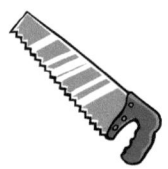

cưa

اره

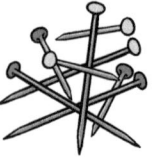

đinh

میخونه

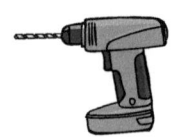

máy khoan

برمه

sửa chữa

ترمیم کول

cái xẻng

بیل

khốn nạn!

لعنت!

cái hót rác

خاک انداز

thùng sơn

مشوانۍ

vít

پیچونه

nhạc cụ
د میوزیک آلات

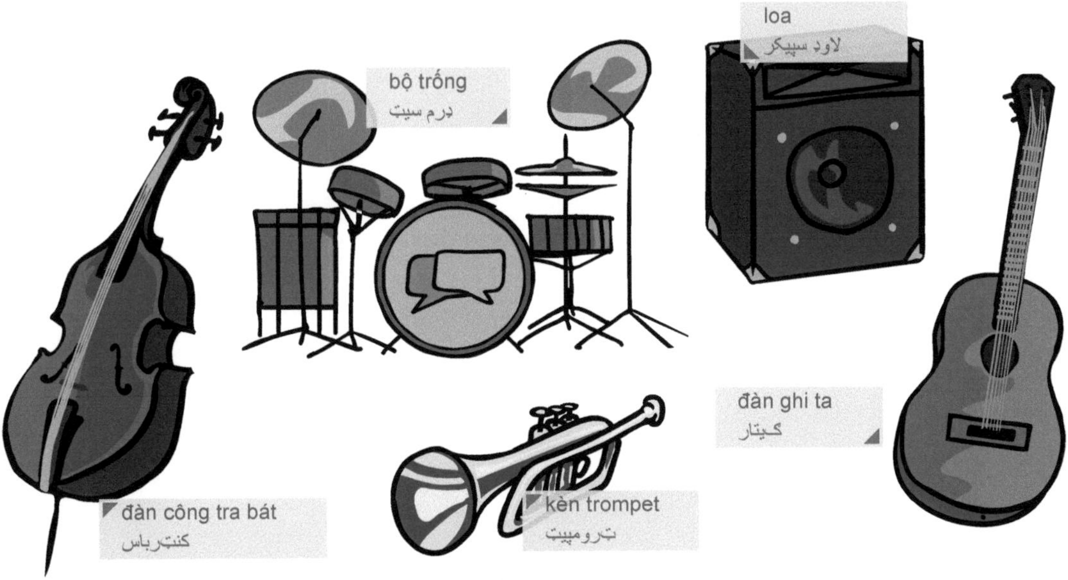

loa
لاوډ سپیکر

bộ trống
ډرم سیټ

đàn ghi ta
ګیتار

đàn công tra bát
کنټرباس

kèn trompet
ترومپیت

đàn piano

پیانو

đàn vĩ cầm

وایلن

ghi ta bass

باس

trống định âm

نغاره

trống

ډرمونه

đàn organ

کي بورد

kèn Saxophone

سیکسافون

sáo

شپیلی

micro

مایکروفون

vườn bách thú

ژوبڼ

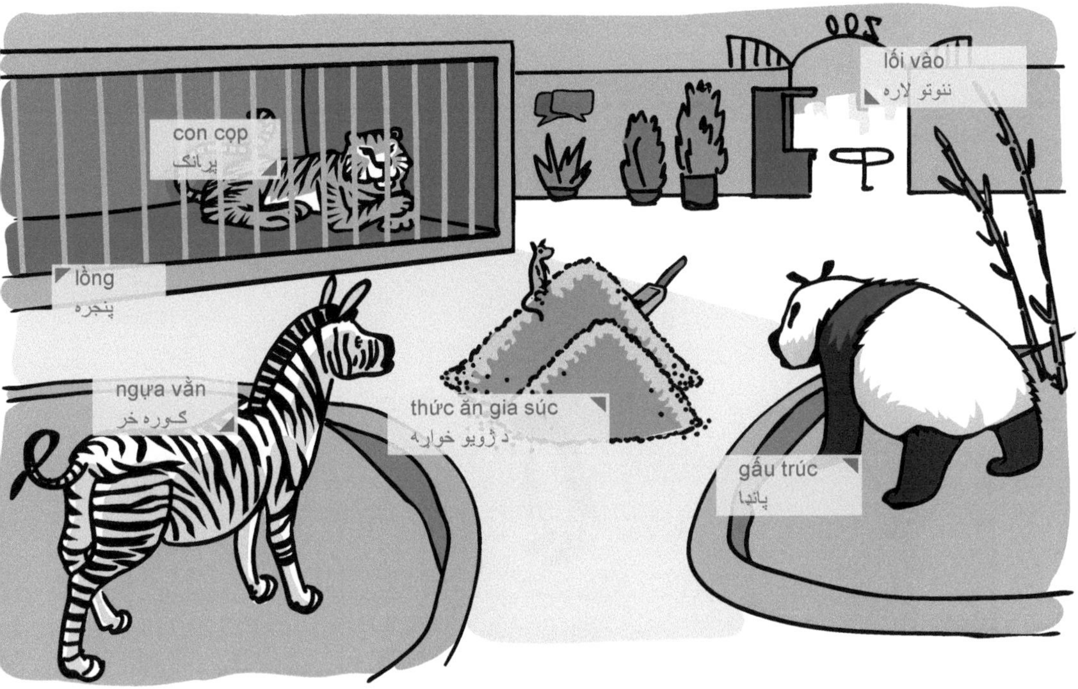

lối vào
ننوتو لاره
con cọp
پړانګ
lồng
پنجره
ngựa vằn
ګوره خر
thức ăn gia súc
د ژويو خواړه
gấu trúc
پانډا

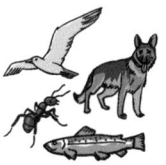

động vật

ژوی

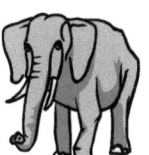

con voi

هاتي

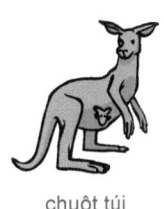

chuột túi

کنګرو

tê giác

د اوبو اسپ

khỉ đột

ګوريلا

con gấu

ايږه

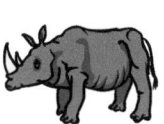

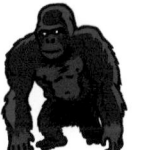

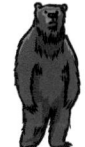

lạc đà

اوښ

đà điểu

 شترمرغ

sư tử

زمری

con khỉ

بيزو

hồng hạc

غزی

con vẹt

طوطي

gấu bắc cực

قطبي ايږه

chim cánh cụt

پينگوين

cá mập

شارک

con công

طاوس

con rắn

مار

cá sấu

تمساح

người trông giữ vườn bách thú

ژوبن ساتونکی

hải cẩu

سيل

báo đốm

جګوار

ngựa lùn

یابو

con báo

پرانگ

hà mã

هیپو

hươu cao cổ

زرافه

đại bàng

باز

heo rừng

نرخوک

cá

کب

con rùa

شمشتی

hải mã

سمندري نولی

con cáo

گیدڑه

linh dương

هوسی

bóng bầu dục Mỹ
امریکایی فټبال

đua xe đạp
سایکل چلول

quần vợt
تینیس

bóng rổ
باسکیتبال

bơi
لامبو

đấm bốc
باکسینگ

khúc côn cầu trên băng
د کنکل هاکي

bóng đá

فټبال

cầu lông

کسیزه

điền kinh

د ځغاستی لوبی

bóng ném

د هندبال

trượt tuyết

سکي

polo

پولو

cười
خندل

nhảy
ټوپ وهل

ôm
غاړه ورکول

đi bộ
گرځيدل

ca hát
سندري ويل

mơ
خوب ليدل

cầu nguyện
عبادت کول

hôn
مچو کول

viết
لیکل

vẽ
کښل

chỉ trỏ
پرودل

đẩy
ټيله کول

cho
ورکول

lấy đi
اخيستل

có

درلودل

làm

کول

thì / là

پاييدل

đứng

ودريدل

chạy

منډی وهل

kéo

راکښل

ném

گوزارل

rơi

لويدل

nằm

څملاستل

chờ đợi

انتظار کول

mang vác

ورل

ngồi

کښېناستل

mặc quần áo

پوښاک اغوستل

ngủ

ویده کیدل

thức dậy

پاڅیدل

xem

كتل

khóc

ژړل

vuốt ve

بريد كول

chải

كـمذخ كول

nói chuyện

خبري كول

hiểu

پوهيدل

câu hỏi

غوښتل

nghe

اوريدل

uống

څښل

ăn

خورل

dọn dẹp

پاكول

yêu

مينه كول

nấu nướng

پخلى كول

lái xe

موټر چلول

bay

الوتل

các hoạt động - فعاليتونه

đi thuyền buồm

بېرى چلول

tính toán

حساب

đọc

لوستل

học

زده کول

làm việc

کار کول

cưới

واده کول

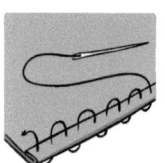

khâu vá

گنډل

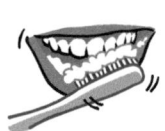

đánh răng

د غاښونو برس کول

giết

وژل

hút thuốc

سگرټ څکل

gửi đi

لیږل

gia đình
کورنۍ

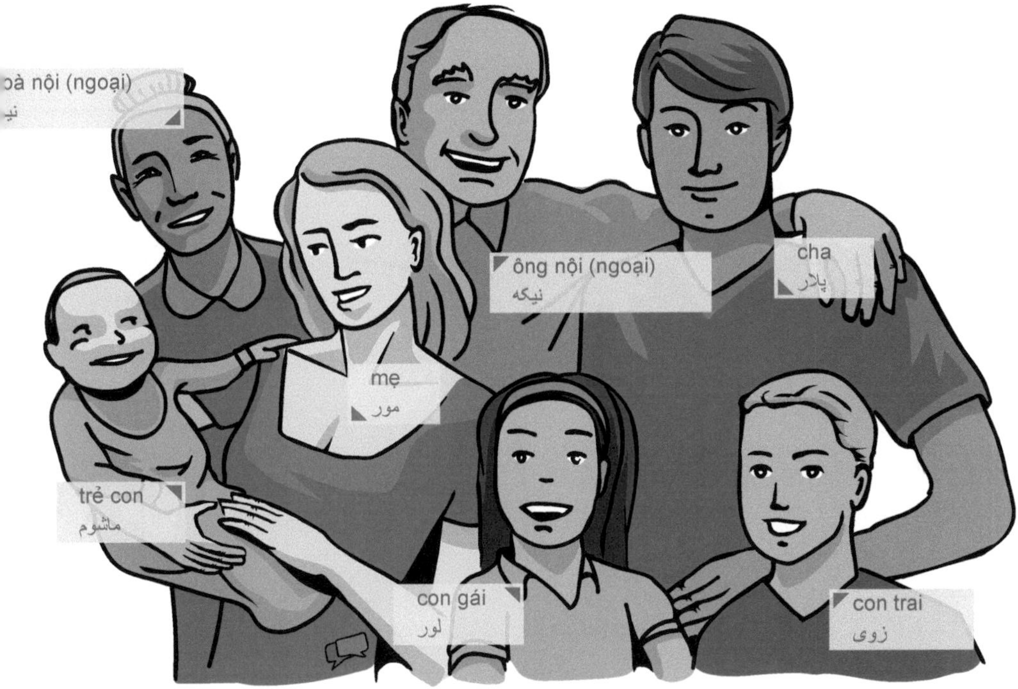

oà nội (ngoại)
ông nội (ngoại)
نیکه
cha
پلار
mẹ
مور
trẻ con
ماشوم
con gái
لور
con trai
زوی

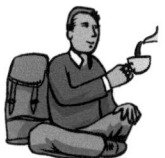

khách
میلمه

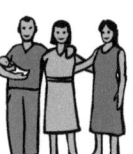

cô (dì)
ترور

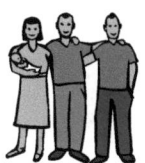

chú, bác (cậu)
کاکا/ماما

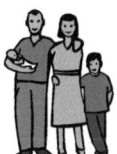

anh (em) trai
ورور

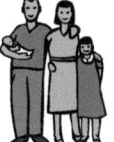

chị (em) gái
خور

cơ thể

بدن

trán
تندی
mắt
سترګې
mặt
مخ
cằm
زنه
ngón tay
ګوته
bàn tay
لاس
ngực
سینه
cánh tay
مټ
vai
اوږه
chân
پښه

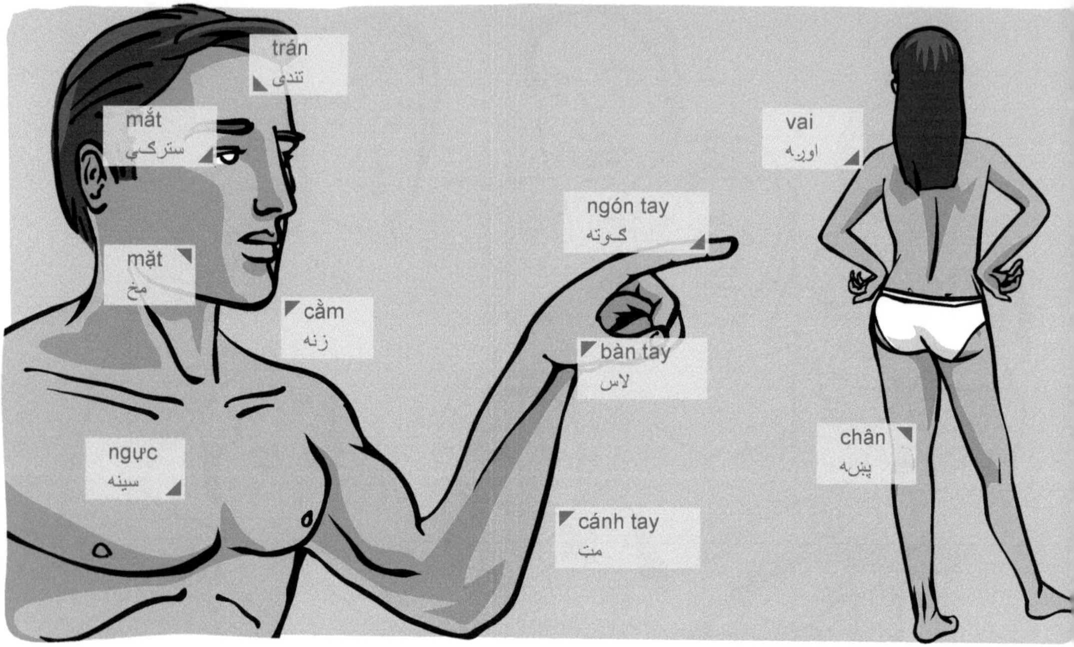

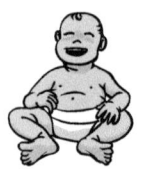

trẻ con

ماشوم

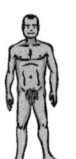

đàn ông

سړی

phụ nữ

ښځه

bé gái

انجلۍ

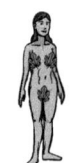

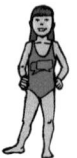

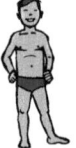

bé trai

هلک

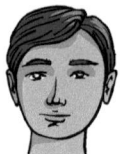

đầu

سر

lưng

شا

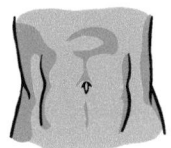

bụng

خيټه

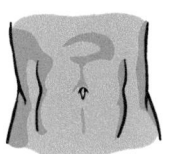

rốn

نوم

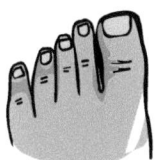

ngón chân

د پنښی گوته

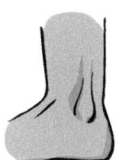

gót chân

پونده

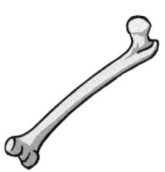

xương

هډوکی

hông

کوناټی

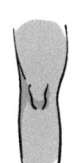

đầu gối

زنگون

khuỷu tay

څنګل

mũi

پوزه

mông

لاندي برخه

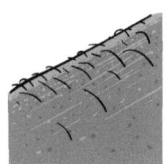

da

پوټکی

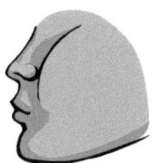

má

غومبوری

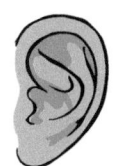

tai

غوږ

môi

شونډه

miệng

خوله

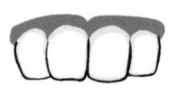

răng

غابش

lưỡi

ژبه

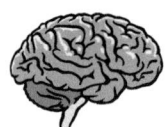

não

مغز

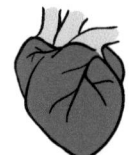

tim

زړه

cơ bắp

عضله

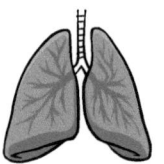

phổi

سزبی

gan

خېگر

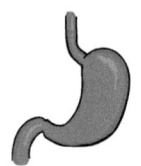

dạ dày

معده

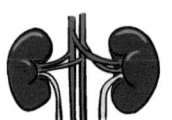

thận

پښتورکي

giao hợp

جنسي نزدي والی

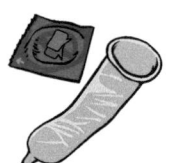

bao cao su

كاندوم

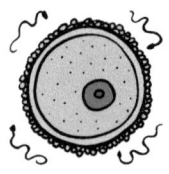

noãn

تخمه

tinh dịch

مني

mang thai

حمل

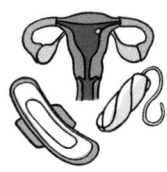

kinh nguyệt

حیض

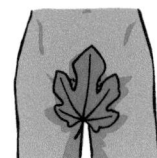

âm vật

مهبل

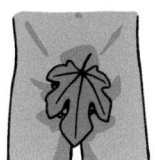

dương vật

د نارینه تناسلي آله

lông mày

وروځی

tóc

ویښته

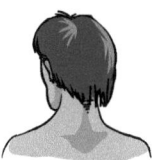

cổ

غاړه

bệnh viện

روغتون

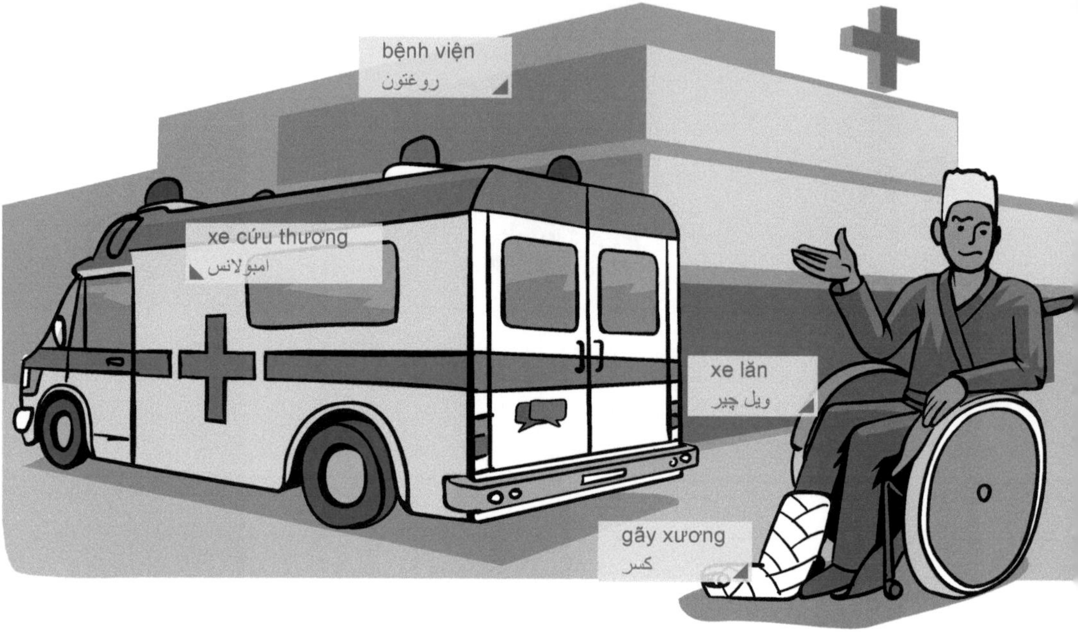

bệnh viện
روغتون
xe cứu thương
امبولانس
xe lăn
ویل چیر
gãy xương
کسر

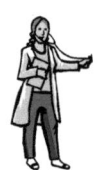

bác sĩ

ډاکټر

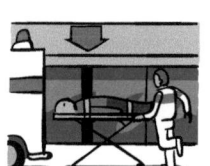

phòng cấp cứu

عاجل خونه

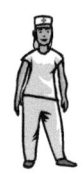

y tá

رنځورپال

cấp cứu

عاجل

bất tỉnh

بې هوش

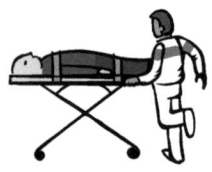

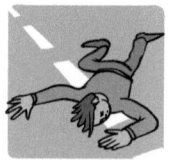

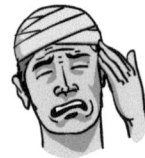

cơn đau

درد

bị thương

تپ

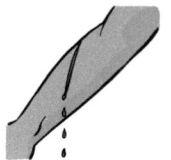

chảy máu

وينه تويدل

nhồi máu cơ tim

د زره حمله

đột quỵ

ضرب

dị ứng

حساسيت

ho

ټوخى

sốt

تبه

cúm

انفلوينزا

tiêu chảy

نس ناستى

đau đầu

سر درد

ung thư

سرطان

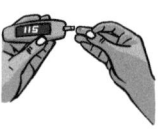

bệnh tiểu đường

شکر

bác sĩ phẫu thuật

جراح

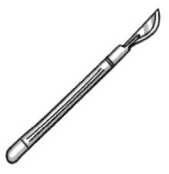

dao mổ

سكالپل

giải phẫu

عمليات

chụp cắt lớp

سی‌تی‌سی

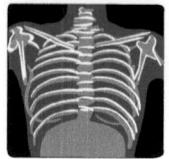

chụp x-quang

ایکس ری

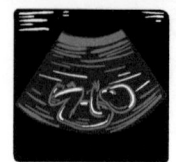

siêu âm

التراساوند

mặt nạ

د مخ ماسک

bệnh

ناروغي

phòng đợi

انتظار خونه

cái nạng

امسآ

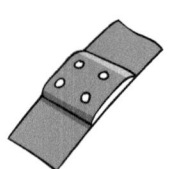

băng dán vết thương

پلستر

băng bó

بنداژ

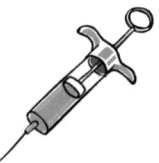

tiêm thuốc

تزریق

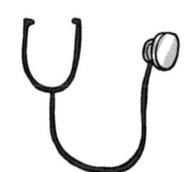

ống nghe khám bệnh

ستاتسکوپ

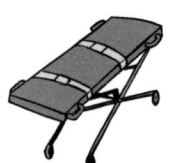

băng ca

تسکیره

nhiệt kế

کلینکي ترمامیتر

sinh đẻ

زیږون

thừa cân

زیات وزن

máy trợ thính

د اوریدو مرسته

chất khử trùng

د عفونیت څخه پاکونکي مواد

nhiễm trùng

عفونیت

vi rút

ویروس

HIV / AIDS

ایچ.آی.وی/ایدز

thuốc

درمل

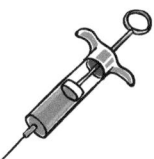

tiêm chủng

واکسین

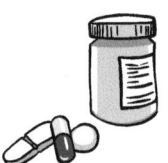

thuốc viên

تابلیټس

viên thuốc

کولۍ

gọi cấp cứu

عاجل تلیفون

máy đo huyết áp

د وینې د فشار څارونکی

bệnh / khỏe mạnh

ناروغ/روغ

cứu!

مرسته!

báo động

الارم

cuộc đột kích

يرغل

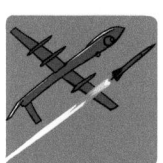

sự tấn công

بريد

mối nguy hiểm

خطر

lối thoát hiểm

عاجل لاره

cháy!

اور!

bình chữa cháy

د اور وژونکی

tai nạn

پيښه

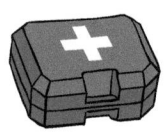

bộ dụng cụ sơ cứu

د لومړی مرستی لوازم

SOS

ايس.او.ايس

cảnh sát

پوليس

châu Âu

اروپا

Bắc Mỹ

شمالي امریکا

Nam Mỹ

سهیلي امریکا

châu Phi

افریقا

châu Á

أسيا

châu Úc

آستریلیا

Đại Tây Dương

اتلانتیک

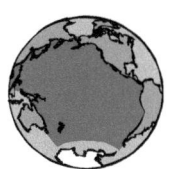

Thái Bình Dương

پاسیفیک

Ấn Độ Dương

د هند بحر

Nam Cực Dương

جنوبي منجمد بحر

Bắc Băng Dương

د شمال قطب بحر

bắc cực

شمالي قطب

nam cực

سهیلی قطب

nam cực

انتارکتیکا

trái đất

خمکه

đất liền

خمکه

biển

بحر

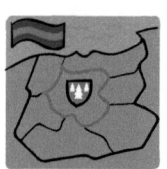

đảo

تپاو

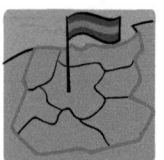

quốc gia

ملت

nhà nước

دولت

mặt đồng hồ

د مخی ساعت

kim chỉ giờ

د ساعت ستنه

kim chỉ phút

د دقیقی ستنه

kim chỉ giây

د ثانیی ستنه

Bây giờ là mấy giờ?

څه وخت دی؟

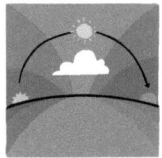

ngày

ورځ

thời gian

وخت

bây giờ

اوس

đồng hồ điện tử

ديجيتل ساعت

phút

دقیقه

giờ

ساعت

thứ Hai
دوشنبه

thứ Tư
چهارشنبه

thứ Sáu
جمعه

thứ Ba
سه شنبه

thứ Bảy
شنبه

thứ Năm
پنجشنبه

Chủ Nhật
یکشنبه

hôm qua
پرون

hôm nay
نن

ngày mai
سبا

buổi sáng
سهار

buổi trưa
غرمه

buổi tối
ماښام

MO	TU	WE	TH	FR	SA	SU
1	2	3	4	5	6	7
8	9	10	11	12	13	14
15	16	17	18	19	20	21
22	23	24	25	26	27	28
29	30	31	1	2	3	4

ngày làm việc
کاري ورځي

MO	TU	WE	TH	FR	SA	SU
1	2	3	4	5	6	7
8	9	10	11	12	13	14
15	16	17	18	19	20	21
22	23	24	25	26	27	28
29	30	31	1	2	3	4

cuối tuần
د اونۍ پای

năm
کال

mưa
باران
cầu vồng
رنګین کمان
gió
باد
tuyết
واوره
mùa xuân
پسرلی
mùa hè
اوړی
mùa thu
مني
mùa đông
ژمی

4.APRIL 11°
5.APRIL 4°
6.APRIL 13°
7.APRIL 8°
8.APRIL 10°

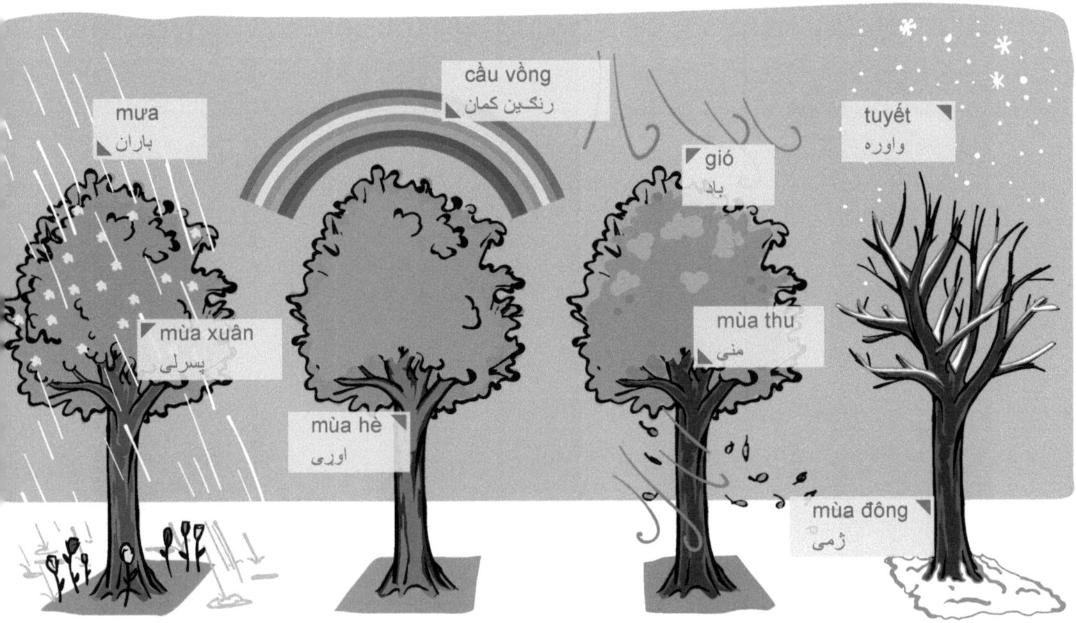

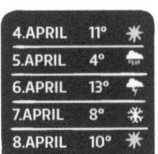

dự báo thời tiết
....
د موسم وړاندوینه

F C
120 90 60 30 0 -30
40 30 20 10 0 -10 -20

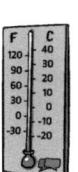

nhiệt kế
....
ترمومیټر

ánh nắng
....
د لمر وړانګې

mây
....
وریځ

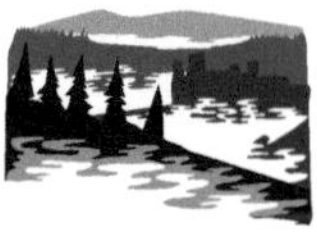

sương mù
....
لړه

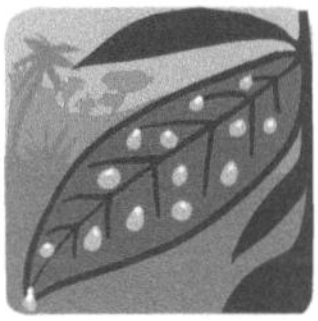

độ ẩm không khí
....
رطوبت

tia chớp

رعنا

sấm sét

تندر

cơn bão

توفان

mưa đá

ژالی وریدل

gió mùa

مون سون باران

lũ lụt

سیلاب

nước đá

یخ

tháng Một

جنوري

tháng Hai

فبروري

tháng Ba

مارچ

tháng Tư

اپربل

tháng Năm

می

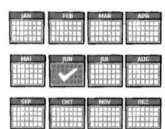

tháng Sáu

جون

tháng Bảy

جولای

tháng Tám

اگست

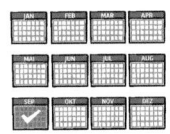

tháng Chín

سپتمبر

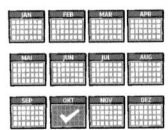

tháng Mười

اکتوبر

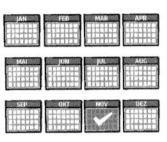

tháng Mười Một

نومبر

tháng Mười Hai

دسمبر

hình dạng

شکلونه

hình tròn

دایره

hình vuông

مربع

hình chữ nhật

مستطیل

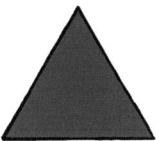

hình tam giác

مثلث

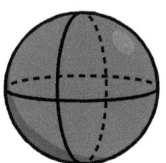

hình cầu

توپ

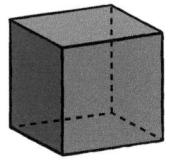

khối vuông

فال

màu trắng

سپين

màu vàng

ژيړ

màu cam

نارنجي

màu hồng

ګلابي

màu đỏ

سور

màu tím

ارغواني

màu xanh dương

نيلي

màu xanh lá cây

شين

màu nâu

نسواري

màu xám

خړ

màu đen

تور

nhiều / ít

خورا ډير/خورا لږ

tức tối / điềm tĩnh

قار/آرام

xinh đẹp / xấu xí

ښکلی/بدشکله

bắt đầu / kết thúc

پیل/پای

to / nhỏ

لوی/کوچنی

sáng / tối

روښان/تياره

anh (em) trai / chị (em) gái

ورور/خور

sạch / bẩn

پاک/ککر

đủ / thiếu

مکمل/نامکمل

ngày / đêm

ورخ/شپه

chết / sống

مړ/ژوندی

rộng / chật hẹp

پراخه/نری

ăn được / không ăn được

د خوراک وړ/نه خوړل کیدونکی

ác / tử tế

بد/مهربان

hào hứng / chán nản

پاریدلی/ایی خونده

béo / gầy

چاق/وچ

đầu tiên / cuối cùng

لومړی/وروستی

bạn / thù

ملګری/دښمن

đầy / rỗng

ډک/تش

cứng / mềm

سخت/نرم

nặng / nhẹ

دروند/سپک

đói / khát

لوږه/تنده

bệnh / khỏe mạnh

ناروغ/روغ

bất hợp pháp / hợp pháp

غیرقانوني/قانوني

thông minh / ngu

هوښیار/ساده

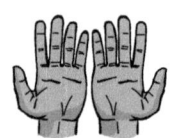

trái / phải

کیڼ/ښی

gần / xa

نږدې/لرې

mới / cũ

نو/زور

không có gì cả / có cái gì đó

هيخ/يوخه

già / trẻ

بدا/خوان

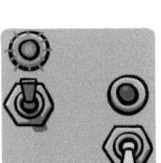

bật / tắt

چالا/بند

mở / đóng

خلاص/ترلى

im lặng / ồn ào

غليا/لور غر

giàu / nghèo

بدايه/غريب

đúng / sai

صحيح/غلط

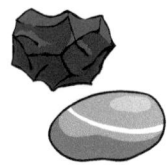

sần sùi / mịn màng

زبر/ملايم

buồn / vui

خفه/خوش

ngắn / dài

لند/اورد

chậm / nhanh

سست/گرندى

ẩm ướt / khô ráo

لوند/وچ

ấm áp / mát mẻ

گرم/يخ

chiến tranh / hòa bình

جگره/سوله

0

số không

صفر

1

một

يو

2

hai

دوه

3

ba

دري

4

bốn

څلور

5

năm

پنځه

6

sáu

شپږ

7

bảy

اوه

8

tám

اته

9

chín

نهه

10

mười

لس

11

mười một

يولس

12

mười hai

دولس

13

mười ba

دیارلس

14

mười bốn

څوارلس

15

mười lăm

پنځلس

16

mười sáu

شپارس

17

mười bảy

وولس

18

mười tám

اتلس

19

mười chín

نولس

20

hai mươi

شل

100

một trăm

سل

1.000

một ngàn

زر

1.000.000

một triệu

میلیون

tiếng Anh

انگلسي

tiếng Anh Mỹ

امریکایی انگلسي

tiếng Quan Thoại

چینایی مندرین

tiếng Hin-di

هندي

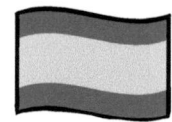

tiếng Tây Ban Nha

هسپانوي

tiếng Pháp

فرانسوي

tiếng Ả-rập

عربي

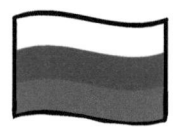

tiếng Nga

روسي

tiếng Bồ Đào Nha

پرتگالي

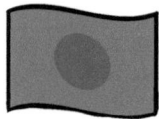

tiếng Bengal

بنگالي

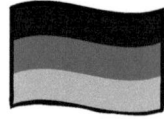

tiếng Đức

آلماني

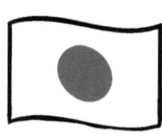

tiếng Nhật

جاپاني

tôi

زه

bạn

ته

anh ta / cô ta / nó

هغه/دغه/دا

chúng tôi

موږ

các bạn

تاسي

họ

دوی/هغوی

ai?

څوک؟

cái gì?

څه؟

như thế nào?

څنګه؟

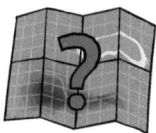

ở đâu?

چيري؟

lúc nào?

کله؟

tên

نوم

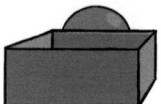

phía sau

شاته

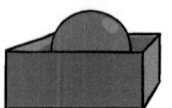

ở trong

په

phía trước

په مخه کې

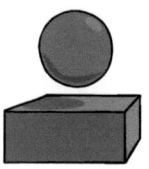

phía trên

باندي

ở trên

په

ở dưới

لاندي

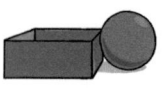

bên cạnh

پرسیره پر

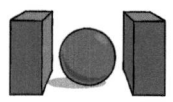

ở giữa

ترمينځ

chỗ

ځای